தொலைந்து போ மனமே

T.kavinkumar

யாப்பு பப்ளிகேஷன்

YAAPPU   PUBLICATION

(Affiliate by Aelay Publish)

தொலைந்து போ மனமே

ISBN: 978-93-91423-94-0

First Edition: 2021

Typesetting By A.Siva Prakash

Proof   Reading by Renuga devi

Cover Design by Anitha Dinesh

புத்தகத்தைப் பற்றி :

பூமியில் மனிதன் எப்பொழுது பிறந்தான்
என்பதை கண்டறிந்த விஞ்ஞானிகள் காதல்
எவரிடத்தில் முதலில் தோன்றியது என்பதை
கண்டறியவில்லை.. .இந்த புத்தகம் முழுவதும்
ஒரு ஆணோ அல்லது ஒரு பெண்ணோ தனது
மனதை தொலைத்த அந்த பொன்னான
தருணத்தை அழகிய கவிதையாய் நம்
கவிஞர்கள் வடித்துள்ளனர்...

இவர் பெயர் த. கவின்குமார்.

இவர் அண்ணாமலை பல்கலைக் கழகத்தில்

பி. பார்ம் இரண்டாம் ஆண்டு படித்து

வருகிறார். நாமக்கல் மாவட்டத்தில் உள்ள

கல்லுப்பாளையம் என்னும் ஊரின் பக்கத்தில்

மலைகாடு என்னும் கிராமத்தில் வசித்து

வருகிறார். இவர் பெற்றோர் பெயர் தங்கராசு,

தமிழரசி. இவர் சகோதரர் பெயர் சதிஷ்.

இவர் தனது அனுபவங்களை எல்லாம்

கவிதைகளாக படைத்து வருகிறார்.

இவருடைய படைப்புகள் வெவ்வேறு

தொகுப்பாளரின் புத்தகங்களில்

வெளியாகி உள்ளது.

காதல் சேட்டைகள்

தொலைந்து போ என் மனமே

அவள் காற்றாய் இருந்தால்

இறகாய் போ

மரக்கீற்றாய் இருந்தால்

நீ சறுகாய் போ

இரக்கமற்ற அவள் இருதயத்தில்

நுழைந்து விட்டேன்

அதனால் தானோ உறக்கமற்று

பல இரவுகளைக் கடந்து விட்டேன்.

காதல் வந்து விட்டால்,

ஊமைக்காரியும் இம்சைகள் செய்வாள்...

உண்மைக் காரணும்

பொய்கள் சொல்ல செய்வான்...

பெண்ணே

பிடித்து இருந்தால்

என் கண்ணத்தில் முத்தமிடு!!

பிடிக்காது என்றால் இத்தோடு

என் இதயத்துடிப்பை நிறுத்திவிடு!!!

த.கவின்குமார்.

இணை எழுத்தாளர்கள்

1. அருணா தனசேகர்
2. அபினேஷ். க
3. அபினேஷ். வ
4. இளங்கவி துளி மு.ஐஸ்வர்யா
5. கவிகமல்
6. கவிஞர் மா. கணேஷ்
7. கவிஞர் பாரதி பாஸ்கி
8. கவித்தென்றல் ஷஹானா
9. கவிஞர் செந்தமிழினி
10. கார்த்திக் முத்தமிழன்
11. கவிஞர், மு. கானா வஜீர் அகமத்
12. குழலன் (வேணுகோபால் ராசேந்திரன்)
13. கவிஞர் மு.கோகிலா
14. கௌசிகா திருமூர்த்தி
15. சாலமோன். எ
16. சாலை அருணகிரிநாதர்
17. திருமதி.வை. சிதம்பரம்
18. சீதாலட்சுமி சண்முகம்
19. சுபிக்ஷா. செ
20. செண்பகவடிவு. மு
21. தமிழ். ரா
22. தண்டாயுதபாணி

23. திவ்யா. தே

24. கவிஞர் தெ. துரைமுருகன்

25. நந்தினி வரதராஜ்

26. நேத்ரா.ஸ்ரீ.தே

27. பிரமு அம்மாள்.ச

28. பூமிகா.ப

29. பூவிழி

30. ரா. மகா கிருஷ்ணன்

31. மாதவன் கவிச்சிதறல்

32. மொய்தீன்.எம்

33. ரஞ்சனி பழனிசாமி

34. ரேவதி பால்மாணிக்கம்

35. யோகபிரியன்.செ

36. ரமேஷ்.ர

37. ரேணுகா தேவி.ரா

38. வேதா.பி.மா

39. லத்திஃபா. ரா

40. ஸ்ரீதர்.ரா

41. Anita .M.L

42. Arun Vijay

43. Arul Ebinezar .A

44. Aravindan.M

45. Breshma Murugan

46. Bala Maheswari M

47. Bharathippriyan .D

48. Boovai selva (selva kumar)

49. Balaji M

50. Priyadhrshini MaRa

51. Deiva Rani.G

52. Gayathri.M

53. Gowsika Arumugam

54. Husaina.S

55. HARISH KUMAR .V

56. Jayamalini.P

57. Kavithai tamilachi.

58. Kalaiyarasi .k

59. Leo Thambu Sebastain

60. Monika. M

61. Malli

62. Thedal mani

63. Nellaiyapparaja .M

64. Nathira .k

65. Nivethaa.

66. Prithish

67. Pks

68. Pothi venthini j j

69. Pooja Govindharajan .

70. Pen kannin mera sandhiya .

71. Ramanivetha .G

72. Rajasekar Elumalai .E

73. Reshal Anusha .R

74. Sharu sheela

75. சமியுல்லா இ

76. Sandhiya.P

77. Dr.SABEETHA BANU

78. Sweetha ranjana

79. Supriya c.s.k

80. Sahavin Sahi (Rashmi Varsha)

81. Karandhai kavingar ,pulavar-L.N,selvakumar

82. Thulasi. M

83. ரூபிணி சோமசுந்தரம்

84. வி.விமல் பிரிட்டோ

85. vijay anand.S.A

86. Vignesh .A

87. விக்னேஷ். vg

88. Ruthra

89. Lakshmi Kannan

90. VIJAYA KUMAR. A

காதல் ஏக்கம்

பள்ளியில் உன் பார்வை படாதா

என்று ஏங்கும் பெண்களுக்கு இடையில்

உன் பார்வை என் மீது பட்டது ஏனடா ?

உன் முதல் பார்வையில் புன்னகைப் பூக்க
தொடங்கினேன்

செல்ல செல்ல உன் இதயத்திற்கு

அடிமையானேன் காதலோ இது என்று

நான் அறியும் முன் உன் கண்கள்

அதை காட்டி கொடுத்தது

மனம் திறந்து இதுவரை காதலை கூறியது இல்லை

உன் நினைவுகள் எல்லாம் என்னை மெய் சிலிர்க்க
வைக்கிறது

என் மாமன் மகனா இவன் அதையும் தாண்டி என் காதல்

கணவனாக வர ஏங்குகிறது என் மனம்

-அருணா தனசேகர்

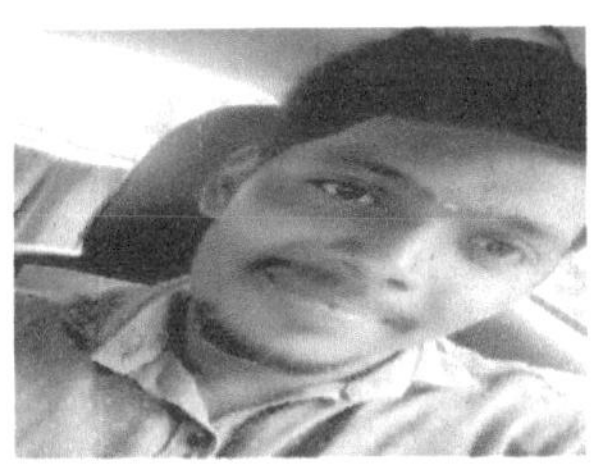

இதற்கு மேல் முடியாது இறைவா..

வளைவு நெளிவுகளை தொட்டு ரசித்த

குழந்தை இறந்து பிறந்ததால் ஏற்படும்

அந்தத் தாயின் வலி அளவுக்கு உள்ளது

உனது பிரிவு. பத்து மாதங்களாக பக்குவப்படுத்தி,

பயணித்த காலங்கள், பேசிய வார்த்தைகள்,

கைகோர்த்த இரவுகள்

நான் இப்போதும் கொடுத்த சத்தியத்தின்படி

அவளோடு தான் வாழ்கிறேன்..

உன்னை அலங்கரிக்க எடுத்துக்கொள்

என் கல்லறையின் மீது இருக்கும்

பூக்களை.. போதும் இந்த காதல் பயணம்

வேண்டாம் ஒரு மற்றொரு ஜனனம்

இருக்கிற காலத்தில் உயிருடன் இருக்க

விரும்புகிறேன்.. அவளின் நினைவுகளுடன்

தொலைந்து போ மனமே...

-க.அபினேஷ்

என் அழகிய ரதியே

தினம் தினம் தேடுகிறேன்

என்னிலே உன்னையும்

உன்னிலே என்னையும்

தினம் தினம் காண்கிறேன்

கையிலே விண்ணையும்

உன் கண்ணிலே அன்னையும்

தினம் தினம் கேட்கிறேன்

உன் குரலில் இனிமையும்

என் செவியில் தேனையும்

தினம் தினம் ரசிக்கிறேன்

என் காதலியாகிய உன்னையும்

உன்னை கொஞ்சும் அழகையும்

இதுபோல் ஒரு வாழ்வு கிடைக்க

உயிரே உனக்காக அளிக்கிறேன் அன்பு காதலியே

வ அபினேஷ்_

அவள் மேல் காதல்

காயம்பட்ட இதயத்தை

அவள் இதழ் மொழியால் காத்திடுவாள்...

கன்னக்குழி சிரிப்பினிலே – என்னை

கச்சிதமாய் கைது செய்திடுவாள்

ஆயிரம்தான் மங்கையர்கள் இருந்தாலும்

அன்னை என ஆவாள்

தன்னை அரவணைப்பதானால் .....

துவண்டு விழும் நேரத்திலே என் அருகே

துணையென நின்றிடுவாள்....

வளருகின்ற பிள்ளை என எண்ணி

வாழ்த்துக்கள் பல சொல்லிடுவாள்.

தாயும் தந்தையுமாகி பண் இசைப்பாள்

தரணியிலே நான் வாழ சொல் தொடுப்பாள்...

இளங்கவி துளி மு.ஐஸ்வர்யா

காதலெனும் கட்சி

தேயாத நிலவுனையே தெரிந்து கொண்டேன்

வாயார அழுதெரிந்தாய் வணங்கி நின்றேன்

பூக்காட்டு புன்னகையிலெனை புதைத்துக்கொண்டேன்

ஏக்கங்கள் படையெடுக்க ஏழாம் அறிவென்றேன்

திருகாணி அணிந்த உன் திருச்செவியின் மென்மை

உருவாக காரணபிரம்மன் உழைத்தானது உண்மை

நாதமென நாழும்ஊதும் நாவலுதடின் ஓரம்

பேதமின்றி வழிந்திடும் தேன் குடிக்கும் நேரம்

மூச்சில் கலந்துவிட்டாய் மூடாதே முழுநிலவே!

காய்ச்சலுக்கு மருந்தில்லையெனில் என்னவாகும்
என்கதியே! சேலைமாற்ற வேளைவந்தால்

சேர்த்துக்கட்டு எனையும்கூட

பாலையினில் கானல்காட்டில்பூ பறித்தேனுனில் சூட

கலையாத கனவுகளில் உணர்வுகளின் மீட்சி!

நிலையாக ஆளுவதென்னை காதலெனும் கட்சி!

கவிஞர்: கவிகமல்

புதிய விடியல்

புவியெங்கும் புலர வைக்கும் பகலவனாய்

புவிதன்னில் புன்னகை பூக்கும் மலராய்

அல்லை அழகாக்கும் அழகிய இந்துவாய்

இடர் நீக்கும் இனிய இயற்கை அரணாய்

வானவில்லின் அற்புத வண்ணமயங்களாய்

மையகறை விடியலில் வையகத்தில் விழிக்கும் புள்ளினமாய்

வாழ்வில் வசந்தத்தை வங்கும் வலிமையாய்

நானிலம் போற்றும் நம்பிக்கைச் சுடராய்

இனிமை பயக்கும் இனிய தமிழோடு

புரவி வேகம் எடுத்து புதிய விடியல் தேடி

புன்னகை தேசம் எங்கும் சென்றிடு புதுமைகள் பல
படைத்திடு

கவிஞர் மா.கணேஷ்,கொன்னையூர்.

தொலைந்த மனது திரும்புமோ

இரவின் மடியில்

நினைவை தொலைத்திட

வரம் தந்தவள்...

என் கனவில்

காகிதப் பூக்களைத் தந்து

என்னைக் காதல் வலையில்

சிக்கிய மீனாக்கினாளே...

சிக்கிய வலைக்குள் இருந்து

மீண்டும் தப்பிச்சு சென்றதேனோ!

தொலைந்து போன மனமே,,, இன்று

நானோ ஏங்குகிறேன் வாடாத கருவாடாய்,,,

தொலைந்த என் மனது மீண்டும் திரும்புமா

என்று அனுதினமும் கவிதை வடிக்கிறேன்..!

கவிஞர் பாரதி பாஸ்கி காரைக்குடி

தனிமையின் தவிப்பு

இருள் சூழ்ந்த இரவைப் போலவே

என் நினைவுகளும் தனிமையில் தவித்துக் கிடக்கிறது..

அதீத அன்பின் நேசத்தால் ஏக்கங்களும்

ஏமாற்றங்களும்   எஞ்சிக்கிடக்கையில் வலிகளே
சுமையாகி

மௌனங்களால் போர்த்திக் கொள்கிறது என்னிதழ்கள்..

நினைவில் நிழலாடும் உன் ம்பங்களே

என் வாழ்வில் தேடல்களாய் என்றும் ....

மீண்டும் ஒரு முறை

மீண்டு வந்து எனதான உன் பேரன்பினை

வெளிப்படுத்துவாய் என்ற எதிர்பார்ப்பாய் உறக்கமற்ற

இரவுதனில் ஆறாத காயங்களோடு அழியாத

உந்தன் நினைவில்

தவியாய் தவிக்கிறேன் தனிமையில்!!!

கவித்தென்றல் ஷஹானா.......

பேசுவாயா

இளமை துடித்து இதயம் வெடித்து

நிலையற்ற காதலின் நிலைகுலைந்து போனபோதும்

உன் நினைவால் நித்தமும் வதைபட்டு

வாடுவதெந்தன் விதியா இல்லை சதியா....??

உயிரற்ற காதலால் சிதை பட்ட

என் இதயம் கனத்துப் போய் கதறுதடா

காதல் வலிகள் சுமர்ந்து கண்ணீர்

கண்களில் பூக்கிறதே நீரோடையாய்...

சொல்லாமல் வந்து கொல்லும் மரணமாய்

சத்தமில்லாது சாகடிக்கும் நின் காதலில்

இதயத்தின் துடிப்பு உனக்குத்தெரியலையா??

இன்பங்கள் தெரியாமல் இளமையை அழிக்கும்

யாரோ ஒருத்தி என நினைத்தாவது

ஒரு முறையேனும் பேசுவாயா.......!!??

காதலன் நீதான் என்று காதலை சொல்லிட

உன் அழைப்பை எதிர்பார்த்தே காத்திருப்பில்....

துயில் கொல்லும் இரவிலும்

தூக்கம் தொலைத்து துவண்டு கொண்டிருக்கும் இவள்..!!

கவித்தென்றல், ஷஹானா

ஈரவிழிகள்

இருட்டிய பொழுதுகளில் இமை மூடும் வேளையில்

துரத்திக் கொண்டிருக்கிது சில தூரத்து

கனவுகளும் நினைவுகளுமாய் என்னை முழுவதுமாய்

முடிக்கொள்கையில் மீளா துயராய் வலிகளே
வதைக்கிறது...

வாழ்க்கையும் திசை மாறிட நாள்தோறும்

கண்ணீரில் செத்துக் கொண்டே உயிரோடு

போராடும் நினைவுகள்.

வெறுமையில் உறையும் படிந்த பாசியாய்

மௌனங்கள் அப்பிக் கொள்ள..

சில ஏமாற்றங்களின் விரக்தியையும் துரோகங்களின்

வலிகளையும் கடந்து விட்ட பின்னும்

அழ வைக்கிறது அழியா நினைவுகள்...

மௌனங்களால் வார்த்தைக்கு முற்றுப்புள்ளிவைத்து

மௌனித்தே வரம்பிட்ட போதிலும் கசிந்திடும்

வலி கட்டுப் பாட்டையும் தாண்டியே ஊடுருவுகிறது

உன்னிடம் ஒரு முறையேனும் கதறிஅழுதிடவே

ஏக்கத்தில் ஏங்கித் துடித்தது இந்த மனது...

வேதனையில் சுவடால் துயில் கொள்ள

கானலான காதலின் தாகங்கள் வெற்றிடத்தில்

19

கூச்சலிட விழியோரம் வலிந்தோடும் கவலைகளால்

இதயத்தை குத்திப் கிழிந்திட வலிகளே

ஒவ்வொரு நொடிகளாக உயிரோடு புதைகிறது
பிரிவு....

விழி நீரின் ஈர நிழலில் உன் ஆன்மாவை

தேடி அலைகிறேன்

கவித்தென்றல், ஷஹானா

துள்ளாத மனமும் துள்ளும்

துள்ளல் காதலிது சுகமான காதலிது

அன்றுதான் நான் அவளைப் பார்த்தேன்..

சாலையில் ஜன்னலோரத்தில் அமர்ந்து

சாலையை ரசித்துக் கொண்டிருந்தாள்!

இல்லை இல்லை அழகே அழகை

ரசித்துக் கொண்டிருந்தது அவள் தான் என்னவள்!

அவளைப் பின் தொடர்ந்தேன்

ஆண்மையிலும் பெண்மையை உணர்ந்தேன் !

நான் எவ்வளவு கோபமாக இருப்பினும் சரி

அவள் சொல்லும் ஹலோ என்ற

ஒற்றை வார்த்தையில் இறந்து மடிந்து

போய் விடுகிறது என் அத்தனை கோபங்களும்!

குறும்பாக இருப்பாலே இளங்கரும்பாய் இனிப்பாலே

குழந்தை அழும்பால கல்லில் கொழப்பாத

மண்பானை கொடி சுகங்கள் இங்கு

அவள் சினங்கள் வழி காதல் பிறக்குதே

கவித்தென்றல்,ஷஹானா

நினைவெல்லாம் நீ தானே

கண்ணோரமாய் கதை பேசிடும் கண்ணாலனே...

கண்களை மூடினால் கனவிலும் நீ தானே...

விழியோரம் உன் நினைவு கசிந்தோடுகிறதே...

உறவாக கலையாத யுகங்கள் யாவும்

சுகமாகுதே...

உள்ளம் உன்னை மட்டுமே தேடித்தேடி

அலைகிறதே... தென்றல் வந்து தொட்டாலும்

தீயாய் சுடுகிறதே என்னுள்...

சொர்கமொன்றை கண்டதுபோல்

இன்பத்தில் சொக்குதடா கனவுகளும் என்

கண்ணில்....

இணை பிரியாத

நிலைபெற வரம்கொடு

உந்தன் மடியில்

இல்லயேல் மண்ணில் மாண்டிட சாபம் கொடு!!

உந்தன் நினைவோடு மாண்டுவிடுகிறேன்

என் அன்பே !!!

கவித்தென்றல், ஷஹானா

காதலில் தொலைந்தேன்

விழிகளை விழிகள் கோர்க்க

முகத்தினை முகங்கள் பார்க்க

மெல்ல காற்று அடிக்க

என் இதயம் துடிக்க

பல ஆசைகள் சொல்ல

இதயத்தை இதயமே கொல்ல

உன் இதழோடு தொலைந்தேன்

வார்த்தைகள் அற்ற மௌனம் சொர்க்கத்தில்

சரணம் சொல்லாத பல அர்த்தங்கள்

இதழின் சுவையில் அறிந்தேன்

அன்பான குணத்தோடும் பண்பான மனதோடும்

தொலைந்து போ மனமே

-கவிஞர் செந்தமிழினி

என்னவள்

நிலவின் வெண்மையை பிழிந்து பாலாக்கி,

மேகத்தை பிழிந்து நீரெடுத்து குளித்தாளோ என்னவோ,

நீரில் விழுந்த ஒளியாய் கண் கூசிடுமே,

கதிரவன் ஒளி அவள் மேல் விழி

கதிரவனும் அவள் மேல் காதல் கொண்டு

அவள் மூக்கில் இயற்கை மூக்குத்தியை

மின்ன செய்வானே..

சமுத்திரத்தின் பக்கம் அவள் சென்றாள்

கடலும் அவள் மேல் காதல் கொண்டு

முத்தை வாரி கரையில் இறைத்திடுமே,

மழையில் அவள் நனைந்தால்

மழையும் அவள் மேல் காதல் கொண்டு

அவள் மேல் விழுந்த மழைத்துளிகளை

வைரக்கல்லாய் மாற்றிடுமே,

-கார்த்திக் முத்தமிழன

கிளிஞ்சல்கள்....

என் விழி வழியே என்னுள்

நீ இறங்கிய பின் இதயம் கனத்து,

நான் மரத்தின் அடியில் அமர்ந்து இருக்க,

நிலவில் நீ தோன்ற ,   இலைகள்

அதை மறைக்க முயன்று தோற்றுப் போகுதடி,

கனவில் கண்ட கற்பனை முகங்கள் எல்லாம்,

உன்னை கண்டபின்,   உன் முகமாய்

தோன்றக் கண்டேனடி

உன் கூந்தலில் சூடும் பூவாக

இல்லை என்றாலும்,   பூவை கொய்யும்

போது விரல் தீண்டும் இலையாக மாரேனடி,

என் விதியை எழுதிய இறைவன்

உன் நெற்றிச்சுவற்றில்

பதித்த வடுவில் துவங்கி , இதழின்

அருகே மச்சமாய்

முற்று புள்ளியை வைத்தானடி,

கடல் மீது காதல் கொண்டு

கரையில் காத்து கிடக்கும்

கிளிஞ்சலான என்னை ,   உன் அன்பின்

அலை கொண்டு உன்னுள் ஈர்ப்பாயோ;

கார்த்திக் முத்தமிழன்

காதல் துடிப்பு

இரவில் உறங்காமல் எழுதுன கவிதையே

அதை நீ இருட்டில் படித்ததும் தானாகவே

வெளிச்சம் வந்து விட்டன

கால் பாதங்கள் தேய்ந்து போனது

உன் பின்னால் அலைந்தேன் காலமெல்லாம்

நீ என்கூட வாழவே ...

உன்னைப் பார்த்த அன்றே என் உசுரே மறந்துவிட்டேன்

உன் நினைவால்..

என் மனதைப் பற்றி நான் நன்றாக அறிந்திருந்தேன்

ஆனால் உன்னைப்போல் மகத்துவமான பெண்ணை

நான் அறியவில்லையே...

கிழிந்த காகிதத்தில் உனக்காக நான்

கவிதை எழுதினேன் எழுதியே எழுத்துக்கள்
கிழியவில்லையே

உனக்காக   வாசலில் நிற்பேன் பல வாசனைக்
கொண்டு....

கவிஞர் மு. கானா வஜிர் அகமத்

காதல் கல்

கவி பாடி களி..

விழித்தே கனவு காண்..

வீழாமல் காற்றில் பற..

கேளாத செவி பெறு..

கேட்டு கெஞ்சி எச்சில் புசி..

உனக்குள்ளே உலகம் புதை..

ஊனுயிரை அவளுள் விதை...

அதிகம் பொய் புகழ்..

ஆசைகள் நிறைய செய்..

சிரிப்பில் சிறுவனாகு..

சீதையாய் அவளை போற்று..

கிறுக்கல்களில் கவி படி..

கீதங்களாய் காதில் தொடு..

எடை குறைத்து வறுத்து..

ஏசாது ஆசையாய் பேசு..

போதாத புலம்பல் கூறு..

பொறுமையாய் அவள் மடியில் வீழு..

கண்ணீரை அவள் மாரில் ஊற்று..

காதலால் தேவதையாய் போற்று..

சண்டையிடு சந்தேகம் கொள்..

சமாதான கொஞ்சல் கெஞ்சு..

பேசி பேசி நேரங்கடத்து..

பேசாத போது ருத்ரமாடு..

கடிகாரம் கழற்றி எறி..

கன்னிமடி நித்திரை சேரு..

எத்தனை பிணி ஆனாலென்ன..

ஒளடதமாய் அவளை எண்ணு...

காதல் கலை படி..

காதோர கவி பாடு..

வீணை மேனியை மீட்டு..

விரல் பிணைத்து அலை..

ஏகம் அளிக்க பழகு..

என்னவள் என்றே கூறு...

மோகம் மறந்து கல..

மேகமாய் காதல் பொழி..

தாகம் தீர முத்தமிடு..

தலைவி நீயென அர்த்தப்படு..

ஹார்மோன் அடக்கி ஆளு..

கலவிகுறை காதல் பெருக்கு...

மூச்சினை இடம் மாற்று...

முத்தத்தால் ஈரஞ் செய்..

நேரம் மறந்து பேசு..

நெற்றி முத்தம் நேசி..

ஈருயிரை இணை பிணை..

இதய சிறையில் பூட்டு..

பணிகளை செய் செயவிடு..

பிணிகளு க்கவளை மருந்தாக்கு..

அவளினிவன் குழலன் (வேணுகோபால் ராசேந்திரன்)
மதுரை

நாட்படுதேறல்

புன்னகையில் பூத்து பூபாளம் இசைத்து

இடைவெளியைக் களைத்து

காதலில் கதைத்து கனவிலும் உன் பெயரை முனுமுனுத்து

முத்தத்தில் திளைத்து

தினமும் நித்திரையில் விழித்து

விழிகளும் இமைமூடுவதை மறுத்து

மனமும் சற்று கணத்து

கணத்தின் தேவையைத் தவிர்த்து

தனிமையில் கொஞ்சம் தவித்து

பிரிவில் கொஞ்சம் இளைத்து நொடிதோறும் நினைவில்

என் தலையணையை நனைத்து

நகரும் நாட்களெல்லாம்

எனை நரகமாய் வதைத்து தேக்கி

வைத்த காதல் முழுதும் நாட்படு தேறலாய் இன்று
....என்னவனே !...

-rakithy உன்னவள்

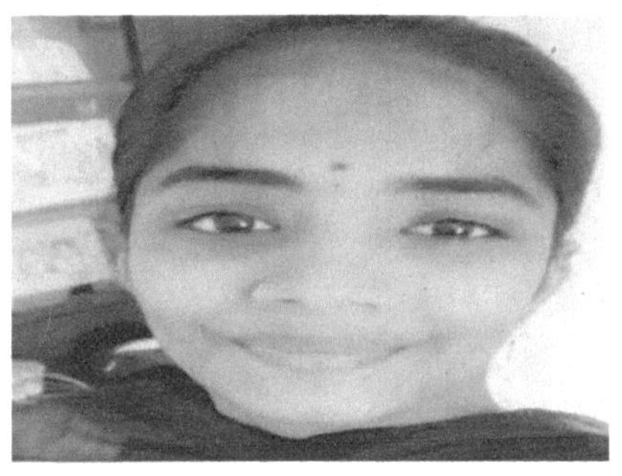

எம் காதல்...!!

முகமெல்லாம் புன்னகை பூரிக்க...!

அவனருகில் நான் அமர்ந்து...!

கண்களிலே நீர் வழிய...! நான் அவனைப் பார்க்க...!

அவன் எனைப் பார்க்க...!

சுற்றோரின் கண்களிலே நான் அழுவதாகவே பட்டது...!

அதன் விடை அவனொருவனே அறிவான்...!

அது அழுகையல்லவென...!

பல வருட ஏக்கங்களின்,

போராட்டங்களின் முழுவிடையாய் அழுகையென

என் கண்களிலே அவன் கண்டது...!

எம் காதலை...!!

-கௌசிகா திருமூர்த்தி

தொலைந்து போ மனமே..

உன்னிடம் தொலைந்த நாட்களையே

எண்ணிக்கொண்டிருக்கிறேன்.

உறங்காத இரவுகள் மீண்டும் மீண்டும்

உயிர் கொள்கிறதே பெண்ணே

ஒவ்வொரு மணித்துளியும் உன் பெயர்

உச்சரிக்க அப்படி என்ன செய்தாள்

நொடிக்கு நூறு முறை

அவளே நிறைந்திருக்கிறாள்

விரைவில் அவளைத்தொலைத்துவிடு இல்லை

அவளால் தொலைந்து போ என் மனமே.......-

-சாலா

தொலைந்து போ மனமே

இரும்பான இதயம் கொண்டு

இருமாப்புடன் இருந்தேன்

இனியவளின் இருவிழி பார்வையில் பட்டதால்

இனிதாய் ஒரு காதல் உதித்தது..

உதித்த காதலோ ஓராண்டு

கூட கூடவில்லை

எதிர்பாராத ஏமாற்றத்தால்

மரித்துபோன மனமானது

வலு இழந்து கிடக்கிறது...

வலிமையற்று வாழ்நாள் முழுதும்

வலியோடு வாழ விருப்பமில்லை

தோல்வியால் துவண்ட மனமே

தொல்லைகள் தில்லையாக

தொலை தூரம் தொலைந்து போ...

-சாலை அருணகிரிநாதர்

காதல் கொள்ளி

காதல் அழகு தான்..

அதன் எல்லை தாண்டா வரை...

பதின் வயதில் பள்ளி பருவத்தில்

பருவ வாசலிலே காதல் கனவு

கொண்டவள் தான் நானும்...

அவன் நடந்து வரும்

ஓசை கேட்டே நாணம் கொண்டவள்

தான் நானும்...

ஆனாலும் இன்று காதல் என்றவுடன்

குபீர் என ஒரு தீ

அடிவயிற்றில் பற்றுவது அழிக்க முடியவில்லை..

தனியொருவனாய் காதல் அழித்து

கூட்டாய் சேர்ந்து காதலியை அழிக்கும்

கோட்டான்கள் நடுவில் காதல் வாழுமோ...

திருமதி. வை. சிதம்பரம்

ஆசிரியர்களக்காடு. 627501

கிராமத்து பொண்ணோருத்தி

கிராமத்து பொண்ணோருத்தி கிள்ளிவிட்டா என் மனச

கிளி போன்ற அழகால கிழிச்சு போட்டா என் மனச

கயல் போன்ற கண்ணால கவர்ந்து விட்டா என் மனச

மயில் போன்று நடநடந்து மயக்கிபுட்டா என் மனச

கொஞ்சும் மொழி பேசி கொண்ணு போட்டா என் மனச

கொலகாரி அவளுந்தான் என் கூடவேவந்துவிட்டா

வஞ்சியவள் மனைவியாக எங்கூட வாழவும் வந்துவிட்டா

மிஞ்சிதனை போட்டுக்கிட்டா மஞ்சத் தாலி கட்டிடுட்டா

அன்புடன் உங்கள் சீதாம்மா

என் அவனுக்காக

எட்டித் தொடும் தூரத்தில்

என்னவன் இல்லை , வழியெல்லாம் பார்க்கிறேன்

என் அருகில் இல்லை !!!!

உன்னைப் புகைப்படங்களில் பார்த்துப்
புன்னகைக்கிறேன்.

நீ இல்லாத தனிமையை ஏனோ வெறுக்கிறேன்!!!!

தினம்,கனவுகளில் நான் உன்னை

காதலித்துக் கொண்டிருக்கிறேன், உறக்கம் கலைந்ததும்

உடைந்து போகிறேன்!!!!

அதிகாலை உன் முகத்தில் நான் விழிக்க ஆசை

அந்திமாலை என்னருகில் நீ இருக்க ஆசை!!!!

என்றும் உன் அவள்

சுபிக்ஷாபுவனேஷ்வரன்

தொலைந்து போ மனமே

காதலில் விழுந்து காற்றாய் கலந்து

கார்மேகமாய் சூழ்ந்து கண்ணிலே கண்ணாக

வைத்து காலம் கடந்து காதலித்தேன்

உன்னை காரணமின்றி கைவிட்டாயே........

இமைக்கும் பொழுதெல்லாம் நினைத்த இந்த மனம்........

இனி இமைக்காமலே இறந்துவிடுவேனோ

என்கிறது என் மனம்.......

தொலைவில் இருந்தாலும்.........

தொலைக்காமல் வைத்திருந்த உன் மனதை.....

தொலைத்துவிடு என்று உன் இதழ்கள் கூறியதும்.....

தொலைந்துவிட்டது என் மனம் – இனி

தொலைக்க ஒன்றும் இல்லை.........

"தொலைந்துவிட்டது மனம்

மு.செண்பகவடிவு. திருநெல்வேலி

காதல் உணர்வு

கண்களிலே தொடங்கும் என்கிறார்கள்

உன் அருமை புரியாதவர்கள் !

வீரனுக்கு நாட்டின் மீதும்

தந்தைக்கு மழலை மீதும்

செல்வந்தருக்கு உதவியின் மீதும்

தோன்றும் காதல் உண்மையான காதல் !

மாணவனுக்கு புத்தகம் மீதும்

பெண்களுக்கு பெற்றோர் மீதும்

தோன்றும் காதல் உன்னதமான காதல் !

தலைவனுக்கு மக்கள் மீதும்

நாட்டின் நலனின் மீதும்

தோன்றும் காதல் உயர்ந்த காதல் !

கணவனும் மனைவியும் வாய்மொழியாய் இல்லாமல்

விழிமொழியாய் உணர்வது இல்லற காதல்!

-தமிழ். ரா

கிராமத்து காதல்...!

ஒத்தயடி பாதையில

ஒத்தாள போறபுள்ள

ஒத்துக்கிட்டா நாணுக்கு

ஓட்டிவாரேன் காவலுக்கு...!

ஒருவாரம் ஒம்முகத்த

ஒழுங்காக காணாம

ஒருநாளும் இருந்ததில்ல

ஒருசோறும் எறங்கவில்ல...!

கள்ளிச் செடியில

கருவாயான் பேரெழுதி

சொல்லிய காதலுக்கு

சுள்ளிக்காடு சாட்சியடி...!

கூரப்பட்டு சேலயில

கூட்டுவண்டில போகயில

கூடவரும் ஏனெனப்ப கோலக்கிளியே எஞ்செய்வ...!

-தண்டாயுதபாணி

முதற் ஸ்பரிசம்

இருவிழி பார்வையில்

இருதயத்தை தொலைத்தேன்....

இதழ் அசைவில்

இதயம் செயல் அற்றது....

புருவங்களை கண்டு

பூர்விகம் மறந்தேன்...

புன்னகைக்க நீ மறக்க

பூக்களும் மலர மறுக்கிறது....

காப்பு அணிந்த

காவலனாக நீ நிற்க...

என்ன ஆயிற்று

என்று அறிவதற்கும்

என்னுள் சங்கமித்து விட்டான்

என்னவன்

திவ்யா . தே

என்னுள் நீ

என்னுள் நீ உன்னுள் நான்

உன் கண்களின் தேடல்,

என்னிடம்...!

என் இதயம் துடிப்பது,

உன்னிடம்...!

உன் கனவின் பிம்பம்,

என்னிடம்...!

என் நினைவுகள்

உன்னிடம்...!

உன் புன் சிரிப்பு,

என்னிடம்...!

நான், நீயாக இருப்பது

உன்னிடம்...!

உன் இதயத்தில் நானும்....

என் இதயத்தில் நீயும்...

உள்ளவரை நம் காதல் அழியாது...

திவ்யா. தே

உனக்காகவே நான்

உன் இதயத்தில்

நான் இருப்பது மெய்யோ,பொய்யோ

நான் அறியேன்.

உன் நினைவுகளில்

நிச்சயம் இருப்பேன்...

உன் மகிழ்ச்சியில்

நான் இருப்பேனா இல்லையோ......

உன் துன்பத்தில்

நிச்சயம் உடன் இருப்பேன் ...

என்னை நீ நேசிப்பது மெய்யோ,பொய்யோ

நான் அறியேன்......

உன்னை உயிராக நேசிப்பவள்

நானாக நிச்சயம் இருப்பேன்

என்னவனே

திவ்யா . தே

தொலைந்த நாட்கள்

நீ

என்னுடன்

இருந்த நாட்கள்

அமாவாசை கூட

பௌர்ணமியாய் ஒளிர்ந்தது!!!

நீ பிரிந்த

ஒவ்வொரு நாளும்

பௌர்ணமி கூட

அமாவாசையாய் இருள்கிறது!!!

-புலவன் சேதுபதி

Thurai murugan

காதல் மாயவன்

அகம் பார்த்து ஆக்கம் செய்தாயோ

இனிமையின் ஈகையில்

உன்னுள் ஊக்கம் பெற்றேனே

என்னவனின் விழி பார ஏன் என்ற கேள்வி

ஐயம் ஒன்று ஓட்டம் பழக்க

காதல் சடசடக்க இதயமோ படபடவென

ஆரவாரத்தில் ஆழ்ந்திட காண்கிறேன் ஓர் சிறு கன!!

மாயவனின் மஞ்சத்தில் தஞ்சம் கொள்ள இளங்கன்னிகள்
வரிசையில் நிற்க ஏனோ காந்தமாய் அவனை நான்
பற்றினேன் அகிலம் துறந்து காதல் களவாட

சந்திரனும் இந்திரனும் துறவறம் ஏற்க

விண்மீன்களும் மின்மினிகளும் போட்டி போட

அழகாய் ஒரு புதிய காவியம் வரையப்பட்டது!...

-மயூரம்

45

கற்பனையை விளக்க வார்த்தையை அகராதியில்

தேடியும் கிடைக்கவில்லை..

நிலவில் குளித்து மலரை உடுத்தி

ஒப்பனை இல்லாமல் அத்தனை அழகு

, என் கண்களுக்கு மட்டும்..

மாயவள் அவள் ஒரு கண் சிமைடலில்

சிறைபிடித்தால் என்னை..

காவலன் போல் எனக்கு காதலின்

படுக்கப்பை மீறி தப்பிக்க முடியவில்லை..

அவள் சிறையில் ஆயுள் கைதியாகி விட்டேன்..

ஆயுள் முடியும் வரை காத்திருப்பேன்

அவள் பார்வையில் சிறைபட்ட என் காதலோடு..

நேத்ரா. ஸ்ரீ. தே

நான் கண்ட புது உணர்வு

அன்னையின் தோலில் சாய்ந்தேன்

அன்பு என்ற உணர்வை

கண்டு கொண்டேன்

தந்தையின் தோளில் சாய்ந்தேன்

பாசம் என்பதை புரிந்து கொண்டேன்.

சகோதரியின் தோளில் சாய்ந்தேன்

அரவணைப்பு என்பதை அறிந்துக்கொண்டேன்

உன் தோளில் சாயும் பொழுதுதான் இவை

அனைத்தும் கலந்த காதல் உணர்வை

உணர்ந்துக்கொண்டேன்.....

-ஜெயஸ்ரீ

காதல் மாயம்

காலையில் எழுந்தவுடன் கண்ணாடியாய்

உன் நினைவு கொண்டலால்

நகரும் கார்ப்படை மேகங்களாய்

உன் நினைவு தோட்டத்தில் வீசும்

தணக்கத்தின் வாசமாய் உன் நினைவு

மலர்களின் மதுவைச் சேகரிக்கும் தேனியின்

தேனாய் உன் நினைவு கடலில் வீசிய வலையில் சிக்கிய

மீனின் உணர்வாய் உன் நினைவு

அலங்கல் நடைப்பயணத்தில் வதனத்தைத் தழுவும்

வாடைக் காற்றாய் உன் நினைவு

வேந்தனே உன் நினைவில் இவ்வெண்மகள்

தன் நினைவையும் நிலையையும் மறந்து

விட்டாளோ என்னவனின் நினைவு

கண்ணளவிலும் கனவாகவே போய்விடுமோ என்ற
அனர்த்தம் கொண்டாலோ

பூமிகா.ப

கொஞ்சம் நீ.:

கொஞ்சம் காதல்:

சித்திரங்கள் வரைவதில்

இறைவன் படைத்த சாதனை

இதோ வருகிறாள் என் தேவதை

மின்னலின் கீற்றாக என்னுள் வந்தாள்

புத்தம் புது ஒளியை எனக்காக தந்தாள்

மழை முகிலென வாழ்வினில் பொழிந்தாள்

வசந்த கால காற்றாய் என் மேல் வீசினாள்

வாழ்வாங்கு வாழ எனக்கொரு

வரம் தந்தாள் காதலை நெஞ்சுக்குள் நுழைத்துவிட்டாள்

புதுப் பிறவியே எடுக்க வைத்தாள்

புதிதாய் நான்.. கொஞ்சம் அவள்..

கொஞ்சம் நான்.. கொஞ்சம் காதல்..

பூவிழி(நுவலி)

தொலைந்து போ மனமே

இரவின் விடியலாய்

என் வாழ்க்கையில் இன்ப சுடரேந்தி

அன்பு என்னும் அம்பெடுத்து

அடை மழை பொழிந்தாய்....

தாயின் மடியாய் தாரமாக வந்து

இயற்கை தென்றலாய் ம்ல்லலல

சூரியனாகப் பிரகாசிக்க செய்தாய்....

தொலைந்துப் போ மனமே

அவள் மடியில் உறங்கும் ஒவ்வொரு நொடியும்

எனக்கு சொர்க்கம்தான்....

ரா. மகாகிருஷ்ணன்

தொலைந்து போ மனமே

தென்றலாய் தேகம் தொட்டவள்,

தெருவெல்லாம் அழைய விட்டவள்,

கண்ணிலே அழகாய் பட்டவள்,

காதலாய் வேடம் இட்டவள்,

கழகமே என்னுள் செய்தவள்,

கலர் கலராய் என்னை நெய்தவள்

கலங்கிட என்னை விட்டவள்,

கனவுகளால் இறுக்கிய கட்டவள்..!

நீயற்ற வாழ்வு உனதின்றி ஏது?

இருப்பினும் துணிகிறேன்,,

தொலைந்து போ மனமே,

தொந்தரவு செய்யாதே..!

மாதவன் கவிச்சிதறல்

காத்திருக்கிறேன் !

உன் கூந்தல் கொண்டை பூ முடித்து

திரும்பி விடாதே என்று

புகைப்படக்காரர் சொன்னானோ !

உன் திருமுகத்தைக் காட்டாமல்

உன் பின்னழகை காட்டி என்னை

வர்ணிக்க வைக்க செய்தாயே காரணத்தை

சொல்லி விடு புகைப்பட பெண்ணே !

வருத்தத்துடன் கேட்டன் கவிஞன் பருவ

காதல் முகம் எப்போது திரும்பி பார்க்கும் என்று !

கவிதை சொன்னது இன்னும் மஞ்சள்

நீராட்டு விழா ஆரம்பிக்க வில்லையாம் !

கவி நேசமுடன்

எம்.மொய்தீன்(சென்னை)

இதயம் தொலைத்தேன்

கண்கள் ஒருமுறை கண்டதால்,

இதயம் தொலைக்க நேரிட்டது!!!

காதல் முதன்முறை உணர்ந்ததால்,

மௌனத்தின் மொழி புரிந்தது!!!

இரவும் பகலும் உன்னுடனே,

காதல் மனமோ அலைகின்றது!!!

எந்தன் அருகே நீ நின்றால்,

துன்பம்கூட இன்பம் ஆகுமே!!!

கைகள் சேர்ந்த பயணமென்றால்,

நேரம்கூட நின்று ரசிக்குமே!!!

நடுநிசியும் உறக்கம் காணாது,

காதல் தீவில் சிக்கியதால்,

இரவின் அழகில் அமைதியாய்,

தொலைந்த இடத்தை நாடுதே!!!

ரஞ்சனி பழனிசாமி

என்னவளின் நினைவுகள்

தென்றலோடு சேர்ந்து உன்னுடன் கதை

பேசிய தருணங்கள்...

கைகோர்த்து நாம் இருவரும் ரசித்த

இயற்கை அழகுகள்...

மழலை போன்ற உன் குரல்

என் செவிகளுக்கு குயில் கீதமான

நாட்கள்.உன் அழகில் நான் தொலைந்தது

போல் நிலவும தொலைந்த நாட்கள்...

காற்றை எழுதுகோலாக்கி நீல வானத்தைப் பிழிந்து
மையாக்கி மேகத்தைக் காகிதமாக்கி

உனக்கென்று ஒரு கவி படைத்த நாட்கள்.

இவை அனைத்தும் என் மனதில்

நீங்கா நினைவுகளாகவே...

தொலைந்து போ மனமே

மனதில் உள்ள நினைவெல்லாம்...

ர. ரமேஷ் (திருப்பூர்)

காதல்

என் தவிப்புகளைத் தவிர்த்து விட்டுச்செல்கிறாய்!

என் இதயத் துடிப்பை ஏற்றி விட்டுச்செல்கிறாய்!

மறக்க விரும்பும் மனத்திற்கு

நான் மருந்திட நினைக்கையில்

மறுபடியும் ஏன் வந்து

மரணத்தை பரிசளிக்கிறாய்.!?

கானல் நீரென கடந்து செல்ல

எத்தனிக்கையில் ,இதோ! உன் நினைவுகளென

ஏன் என் கனவுகளை

கண்ணீரால் நிரப்பிச் செல்கிறாய்.!?

துடிக்கும் இதயம் தன் கதை முடிக்கும் முன்னே

தொலைந்து போ என் மனமே.!!

என் இந்த உறக்கம் கலைக்க

விருப்பம் இல்லை!

விடியலில் விழிகள்

விழித்துக் கொண்டாலும்

மறுமுறை நினைவுகள்

பிறக்காவண்ணம் மறந்து போ மனமே..!!

ரேணுகா தேவி

நினைவில் மட்டும் வாழ்க்கை

விரும்பியே தொலைகிறேன்

உன் நினைவில் மட்டும்...

காத்திருத்தல் பேரழகு என்பதை

உன்னுடன் ஆன காதலில் மட்டும் உணர்கிறேன்....

உன்னோடு எனது பயணத்தை

தொடர முடியவில்லை என்றாலும் உன் நினைவில்

வாழும் வலியும் சுகம் தான்...

உன் அழியா நினைவோடு

என் தீரா பயணம் தொடர்ந்தாலும்

ஏனோ அவ்வபோது மட்டும்

சில நேரம் இருந்தும் இறந்து வாழ்கிறேன் என்னையும்
மறந்து.... ஆயிரம் கவலைகளையும் மறந்து

சிரிப்பதற்கு நீதான் காரணம் தந்தாய்....

இன்று ஆயிரம் வலிகளோடு கூடிய விழி நீரோடு
பயணம் செய்யவும் நீ தான் காரணம் கொடுத்தாய்.....

ரேவதி பால்மாணிக்கம்

என்னவனுடன் ஆசை

அடைமழையில் நனைய ஆசை இல்லை

ஆனால் புயலே வந்தாலும்

அதை எதிர்த்து போராடும் தைரியம்

பெற்று வாழவே ஆசை....

தந்தையின் மடியில் தவிழ்ந்த மழலை பருவம்

மீண்டும் கேட்கவில்லை

ஆனால் அவரின் முதுமை வரை

இன்னொரு அம்மாவாகவே இருக்க   ஆசை...

தாயின் கருவறையை மீண்டும்

ஒரு முறை கேட்க போவதில்லை

தாயுடன் சின்ன சண்டையிட்டு செல்லும்

மாமியாராகவே இருக்க ஆசை....

என்னவனுடன் கைகோர்த்து

நடக்க ஆசை இல்லை

ஆனால் அவனின் அழியா நினைவோடு

வாழ்ந்து மடிந்து போகவே ஆசை

ரேவதி பால்மாணிக்கம்

என் இதயம்

உருவத்தை மட்டும் காணாமல்

என் உள்ளத்தை மட்டுமே காணும்

அந்த இதயத்திற்க்காக....

என் இதயம் துடித்துக்கொண்டிருக்கிறது...

எப்போது அந்த தேவதையை

காண்பேன் என்று எனக்கு தெரியாது ?

ஆனால் நிச்சயம் ஒரு நாள்

காண்பேன் என்ற நம்பிக்கையில்

யாரிடமும் சொல்லாத உண்மை

நிகழ்வுகளை அவளிடம்

மட்டுமே பகிர்ந்து கொள்ள

காத்திருக்கிறேன்

வருடங்களையும் நிமிடங்களாக கடந்து

கண்களில் மழை பொழிந்தபடி...

யோகபிரியன். செ

உள்ளத்தின் ஊற்றி

அறியா இரு இதயம் அறிமுகமாகி!

கதைகள் பல கதைத்து!

கண்கள் இரண்டும் காண கனக்க!

கண்டபின் அக்கணம் கரைந்தொழுக!

கரம் இரண்டும் இறுக்கி கைகோர்த்து!

சாலையில் நடந்து சுற்றி சஞ்சரிக்க!

தனக்கென உலகில் உலாவ!

எதிர்காலத்தை கனவாக பேசி திட்டமிட!

வீட்டிற்கு தெரியும்வரை பயந்து பதுங்கி பாதுகாக்க!

கல்யாணம் கைகூடும் வரை கணம்கூட அயராது!

திருமணம் திருப்பமில்லாமல் திரையாகி!

வாழ்வு மெல்ல மெல்ல நகர்ந்து!

கடமை எல்லாம் முடிந்து!

பிள்ளையை கரையமர்த்தி!

கிழவனும் கிழவியும் சலிக்காது சாடிக்கொண்டு

சிரித்து உரையாடும் தருணத்தை காதல் என்பேனோ!

__ பி.மா.வேதா

மணம்பரப்பும் மலரில் தொலைந்துபோ

உன்னையும் நுகர ஓர் கூட்டம்!

குழந்தை மழலையில் தொலைந்துபோ

அன்னையர்கள் ரசிக்கும் மொழி நீ!

கடல் நீரில் தொலைந்துபோ

நீர் ஜீவராசிகளின் உறைவிடம் நீ!

விண் வீதியில் தொலைந்துபோ

உலகத்தின் ஒரே கூரை நீ!

தொலைய கற்றுக் கொள்

தொலைத்து விடாதே உன் வாழ்க்கையை

வாழ்வது ஒருமுறைதான்

வாழ்ந்துவிட்டு தொலைதூரம் போ!!

ரா.லத்திஃபா

அவள் காதல்

ஒருமனம் துலைந்திட மறுமனம் உருகுதே,

மனதினில் உள்ள காதலெல்லாம் பெருகுதே,

பறித்தவன் வருகையில் பதைத்திட தோணுதே,

இருக்கை பிடித்து இரவெல்லாம் செல்லதோணுதே ,

இவனிடம் காதல் மொழிந்திட மறுக்கும் மாயமேன்?

மலரும் பொழுதினில் மழைக்கு பயணமேன்?

கண்ணீர் தவித்திட கண்ணகி ஒருவள்

கணம் தீர்க்க முளையுதே,

காதல் மறுமுனையில் காதலன் வருகையில்

அவளது முகம்காணவே,தீர்ந்திடும் வருத்தங்கள்

தீராதோ ஏக்கங்கள் வளர கூடுமோ ,

இருவரும் சேர்ந்து செல்லும் நாளும் வந்ததே ,

செல்லும் பாதையெல்லாம் சொல்லுதே காதலே .

-ஸ்ரீதர். ரா

எனை தொலைத்தேனடி

சுற்றும் பூமி வேலை நிறுத்தம் செய்கிறது,

அவள் பார்வையில்...

சுட்டெரிக்கும் சூரியன் வெண்பனியாக குளிர்விக்கிறது,

அவள் நினைவில்...

அனல் காற்று தென்றலாக வருடுகிறது,

அவள் கூந்தல் வாசத்தில்...

வெண்ணிலவு வெம்மையை தூண்டுகிறது, அவள்
அருகாமையில்...

அந்தி வானம் தோற்கிறது, அவள் கன்ன சிவப்பில்...

மலை பாதையின் சாலைகள் பொறாமை படுகிறது,

அவள் இடைவளைவில்...

மழை துளியும் வெந்நீராக கொதிக்கிறது, அவள்
கண்ணீரில்...

ஆர்பரிக்கும் அருவி அமைதியாகிறது, அவள் சிரிப்பில்...

கடல் அலையும் அடங்குகிறது, அவள் கோபத்தில்...

பாறையும் பஞ்சு படுக்கையாகிறது, அவள் பாதங்களில்..

மார்கழி மாத பனியும் தணலாக தகிக்கிறது, அவள் மூச்சு
காற்றில்...

இயற்கையே முரணாக தெரிகிறது

அவளிடத்தில் என்னை தொலைத்ததால்...

ANITA .M.L

காதல்

கனவாக இருந்தால்

மறந்திருப்பேன்..

என் கருவிழியே

எப்படி உன்னை மறப்பேன்..

ஓராயிரம் முறை சுவாசித்தாலும்

உன் சுவாசத்தின்

வெப்பம் மட்டும்

என் அருகில்

இன்னும் இருக்கிறது

நினைவுகளாக..

Arun vijay

கலங்கிய கண்களுடன்

இன்று கண்களுக்கோ தூக்கம் இல்லை

உன்னால் என் மனதில் துக்கம் தவிர வேறு ஏதுமில்லை

கங்கையும் யமுனையும் என் கண்களில்

வழிவதும் இன்று தான்

என் தலை சுமந்த தலையணை

இன்று கண்ணீரால் கனக்கிறது..

உன்னை நான் என்ன செய்தேன்

.....எனக்கு நீ ஏன் இப்படி செய்தாய்.....

இருவரும் இணைந்து தானே அன்பு கூடு கட்டினோம்..

இன்றோ நீ சிறகு விரித்து பறந்து விட்டாய்

ஏன் என்னை தவிக்க விட்டாய்..

நீ பறந்து போனபின் இனி

நான் பருந்துக்கு தான் இறையாவேன்....

இனி என்றுமே நான் கலங்கிய கண்களுடன்..

அருள் எபிநேசர்.அ

புரிந்தும் பிரிந்த மனமே..

எண்ணில் அடங்காத பல அன்பு உள்ளங்கள்

என்று வாழ்ந்து வளர்ந்தேன், உன்னை சந்திக்கும் வரை..!

முதல் சந்திப்பை காதல் சந்திப்பாக

மாற்றினாய் நீ...மனம் உருகி நீ

உன் காதலை என்னிடம் கூற,

என்னை மறந்து உன்னை ரசித்த என் மனம் ஏனோ அதை
ஏற்க மறுக்க.

உன் காதல் என்முன்னே தவித்துக் கொண்டிருந்தது

இன்னொரு மனம் தேடியது

அதைக் கண்டு இம்மனம் ஏனோ தவித்தது!

அழகிய மலராய் உன் காதலை

நீ கையில் ஏற்றிகொண்டு நின்ற பொழுதும்,

அதை நான் ஏனோ என் கூந்தலில்

வைக்க தவறினேன் விழியில் துவங்கிய

இந்த காதலை இரு மனங்கள் உணர்ந்தும்,

வலிகளில் முடிகின்றது....

ARAVINDHAN. M

பிரிய மனம்

பிரியமான உறவுகளுக்கு இடையில் புதிதாய் வந்தாய்

அவனுக்கு பிரியமான எல்லாவற்றையும் ஒதுக்கிவிட்டு

எனக்கு பிரியமான அனைத்தையும்

அவன் பிரியமானதாக மாற்றிக்கொண்டான்

பிரியமற்ற உறவுகளிடம் பிரியம் காட்டதே

உன் மீது பிரியமளிக்கும் உறவுகளை

ஒருபோதும் வெறுக்காதே மனமே

பிரியமான என் நண்பர்களிடம் பிரியம் கொண்டவன

பிரியமான அவன் நண்பர்களை பிரிந்து வந்தவன்

அவன் மீது நான் கொண்ட எல்லையற்ற

பிரியத்தை மனதிலே வைத்து கொண்டு

ரசிக்க தொடங்கினேன் அவன் எனக்காக

செய்பவற்றை எல்லாம்

காலங்கள் கடந்தாலும் காதலிப்பேன்

என் பிரியமான அவனை.........

Breshma M

கடந்து போ மனமே

கண்ணிமைக்கும் நேரத்தில் கனவாய்

வந்து சென்றாய் .....

கடல்அலைப் போல் செல்லமாய் தொட்டுச் சென்றாய் .....

அடைமழையாக உன் அன்பு வார்த்தைகளை

கொட்டிச் சென்றாய் .....

கரையோரம் நின்று கதை பேசிய நாட்களையெல்லாம்

ஆழ்கடலுக்கு இழுத்து சென்றாய் .....

பறிக்கும் முன் உதிர்ந்த பூவாக

என் நிழலை என்னை விட்டு உன்னுடனே கூட்டிச்
சென்றாய் ....

மனம் விட்டுப் பேசிய நாட்களெல்லாம் மாறி

இன்று நமக்கிடையே மௌனங்களை மலையாக எழுப்பிச்
சென்றாய் .....

என்னை விட்டு பிரிந்த இடத்திலையே

என் உயிரையும் கொத்தாக எடுத்துச் சென்றாய் .....

நாம் கடந்து வந்த பாதையை

கடந்து போக மனம் வராமல் ....

உடல் இல்லாத உயிராய்

அதை தேடிச் செல்கிறேன் உன் நினைவோடு நான் .....

-Bala Maheshwari.

காதல் ஒரு உணர்வு

உணர்ச்சிகள் பலவற்றில் ஒன்றாம் காதல்

மனதிற்குள் ஏற்படுத்துமாம் பற்பல மோதல்

காதல் என்பது மிளகாய் காரம்

பலகாலம் காத்திருந்தாலும் போகாது நேரம்

சந்தேகம் என்பது பொதுவான எதிரி

வெடித்திடும் காதல் சட்டென்று சிதறி

அன்பில் சிறந்த ஆயுதம் இல்லை

எதற்கும் சண்டை தீர்வும் இல்லை

வீரத்தை வெளிப்படுத்த இது யுத்தமும் இல்லை

அறிவை வெளிப்படுத்த இது புதிரும் இல்லை

இருமனம் ஒன்றாகி ஓர் மனமாவதே காதல்

Bharathi Piriyan.D

உறக்கத்தில் நீ காதலுடன் நான்:

நிலவில் மெத்தை இடுகிறேன்

இன்பமாய் நீ உறங்க

பூக்களில் பாய் விரிக்கிறேன்

நீ பவ்யமாய் உறங்க

தேவதைகளை காவல் வைக்கிறேன்

தேம்பாவனியாய் நீ உறங்க

புல்லாங்குழலில் துளை இடுகிறேன்

மெல்லிசையாய் நீ உறங்க

நட்சத்திரங்களில் ஊஞ்சல் கட்டுகிறேன்

உல்லாசமாய் நீ உறங்க..!!

கண்மணியே நீ உறங்க

நான் கண் இமைக்காமல்

காவல் இருக்கிறேன்!!

என்றும் காதலுடன் உறங்காமல் நான்...

பூவை செல்வா..

காதல் பனித்துளி

இமை மூடும் பொழுதிலே சகியே

உனை தேடி விழிக்கிறேன்..

இருளோடு சேர்கையில் உயிரே

ஒளியாய் நீ வா..

மழையில் இந்த தாகம் எதற்கு

அருகில் நீ தொலைவிலோ !?

வெயிலில் சின்ன குளிர்ச்சி இன்று

உந்தன் நினைவில் மூழ்கையில் .!!

உன் பெயர் மட்டும் பேசும் மௌனமிது ,,

நிலவொளியிலே நீந்தும் நிழலுமிது ..

கடலில் ஒரு அன்றிலும்

முள் மேல் ஒரு ஊஞ்சலும்

தனியாய் ஒரு உலகினில் சோகம்

தீர்த்து கொள்ளும்மா ..?

இந்த புல்லின் மேலே பனிதுளி

சிறு காலம் வாழுமே ,,

எந்தன் வாழ்வில் வந்த பெண்

நீ அனல் தரும் பனி ..

BALAJI. M

தொலைந்து போ மனமே

நீ விட்டு சென்ற

ஞாபக அடிப்படையிலே

என் நாட்கள் தவழ்கின்றது..

நீ எனக்காக அணுசரித்த

ஞாபகங்களை கொண்டுதான்

அடம்பிடிக்கும் குழந்தையை

ஏமாற்றுவது போல்

நீ என்னோடு சேர்ந்திடுவாய்

என்றே தினமொரு பொய் அளக்கிறேன்

என் மனதிடம்....

இப்போதும் கடைசியாய் கேட்கிறேன்???

என்னோடு சேர்ந்திடுவாயா

அல்ல ஏமாற்றிவிடுவாயா???

நீ வரமாட்டாய் என்றால்

என் மனதையாவது என்னிடம் அனுப்பிவிடு

கல்லறையின் கல்வெட்டாய்

வெட்டுண்டு நிற்கிறேன்..

என் மனமே தொலைந்து போ

அவள் திரும்பிவருவதாய்

தெரியவில்லை

என் கட்டளைக்கினங்க

அவளுக்குள் நீ புகுந்து கொள்

என் மனதைதான் அவள்

அறியவில்லை வலிகளாவது

அறிவாளோ என்னவோ?????

-ம.ர.பிரியதர்ஷிணி

காதலின் நினைவுகள்

நினைவுகள் பல..

..சில இன்பங்களை நினைவு கூறும்...

உன் நினைவுகள் மட்டும்

நீங்கா இடம் பெற்றுவிட்டது....

காலங்கள் தந்த வலிகளையும்

இன்பமாய் காண செய்தாய்...

என் இன்பங்கள் மறைந்து போக

வலிகள் மட்டுமே இறுதி வரை விட்டு சென்றாய்....

உன் நினைவுகள் மட்டும் தான் என்னோடு
இருக்கிறது.....

நினைவுகள் சில நேரங்களில் இன்பமாக இருக்க

சில நேரங்களில் வலிகளையும் தருகிறது.....

இன்றும் காத்திருக்கிறேன்

நீ வருவாய் என்று நிகழா ஒன்றை நிகழும் என்று...

உன் நினைவுகளுடன் நான்...

தெய்வா

காதல் மாயம்

உற்றுப் பார்க்கிறேன் ..

உன்னுள் என் ஜீவனை..!

கற்றுக் கொள்கிறேன்..

உன் கண்ணில் என் காதலை..!

எதுகை மோனை இயைபை..

எடுத்துக் கொள்கிறேன் உன் இதழில்..!

உவமை ஒன்றும் கண்டேன்..

உன் உருவில் ..!

காதல் ஒன்று கொண்டேன்..

கவிதை வடிவில் தந்தேன்...

காரணம்..

எந்தன் உயிர் வாழும் கவிதை..

நீயடா...!-

காயத்ரி M

உணர்வுகள் அடங்கிய காதல்:

முதல் பார்வையில்

பல நூறாண்டுகள் வாழ்ந்த உணர்வு

உன் பாசத்தில் தாயின் உணர்வு

உன் அரவணைப்பில் தந்தையின் உணர்வு

கேலித் தனத்தில் தோழியின் உணர்வு

அக்கறையில் அண்ணனின் உணர்வு

சோகத்தைப் பகிரும் பொழுது சகோதிரியின் உணர்வு

என் கற்பனைக்கும் எட்டாத

இந்த உணர்வைக் காதல்

என உலகம் கூற

மனம் அதை ஏற்க மறுக்கிறது ஏன்???!!!....

Gowsika

களவு காமனே!

வாசிப்பாளரே!

நீவீர் சொர்க்கத்தை பாரத்ததுண்டா?

நான் பார்த்தேன்! என் காமனிடம்!

அவனைப் பார்த்த அக்கனமே

அவனிடம் ஒப்படைத்தேன் என்னை!

ஆதாம் ஏவாலலை பார்த்ததில்லை

ஆனால்! எங்களிடம் அவர்களே தோற்றுப்போவார்கள்!

கண்களால் மட்டுமே பேசினோம்!

இடையிடையே செல்ல ஊடல்கள்!

என் கல்லூரி காலத்தை

வசந்த காலமாக்கிய காமனே!

உனக்காக காத்திருக்கும் உன் தலைவி

ஹுசைனா.ஸா

காதல் வருடம்

நான்கு வருடம் ஒரு நாள் மட்டும் திருவிழாவில்
சந்தித்தோம். சுற்றமும் சுற்றி இருந்தாலும்

என் கண்கள் உன்னை மட்டும் சுற்றியது.

உன்னிடம் பேச நினைத்தால்! ஒரு சிங்கத்திடம் மாட்டிய !

மான் போல் நான் பயம் கொள்கிறேன், உன் பெயர்
தெரியாததால்!

நான் ஒரு பேர் வைத்தேன் உனக்கு சிறகி என்று ஏன்
தெரியுமா

நீ என் எதிரில் நடந்து போகும் பொழுது எல்லாம் மயில்
போல்

சிறகு விரித்து செல்கிறாய் எண் கண்களில்.

நான் பத்து ரூபாய் காகிதத்தில் என் நம்பர் எழுதி
உன்னிடம்

கொடுத்து விட்டு தலைமறைவு ஆனேன் அன்று.

பிறகு என் கை சேர்ந்தாய் என் தோளில் சாய்ந்தாய்

நம் வாழ்க்கை நமது ஆனது தொடங்கியது

சொர்க்க வாசல் வாழ்வில்.

HARISH KUMAR

நினைவுகளால் காரிகை கூறும் உன்னவள் .....

என்னவனே... நீ செல்லும் வழியே தான்

என் விழிகளும் பயணிக்கிறது.... வான் மேகத்தை
கிழித்துக் கொண்டு

எட்டிப்பார்க்கும் நட்சத்திரத்தின் எண்ணிக்கையையே
மிஞ்சி

விடுகிறது என் இதயத்தின் துடிப்பு ....

சில நிமிடங்கள் சிலையாய் நிற்கிறேன்

ஆம் விழிகள் உன்னுடையது தான் பறிபோகிறது என்
இதயம்...என் வார்த்தையைப் பறித்துக் கொண்டு

மௌனத்தால் போர் செய்யும் காரணம் தான்
என்னவோ...

பூக்கள் நிறைந்த சோலைவனமாய் இருந்த என் மனம்
உன் நினைவுகள்

நிரம்பிய பாலைவனமாய் போனது.....

நினைவுகளை கொஞ்சம் மீட்டுக் கொடு உயிரே

உனக்கு பரிசாகத் தருகிறேன் என் உயிரை.....

பி.ஜெயமாலினி(ஆசிரியைதிண்டுக்கல்)

கடல் அலையாய் எழுந்த ..

ஆயிரம் வார்த்தைகள்!!

அவனிடம் சொல்ல துடித்த இதழ்கள்!!

என் ஏக்கங்களாய் துடித்த இதயத்துடிப்புகள்!!

ஆனால் ஏனோ அவனைப்

பார்க்கும் அந்நொடி..!!

அவன் தோள் சாயும் அக்கணம்!!

அவன் கைகள் ...

என் கைகள்...கோர்த்த அத்தருணம்!!

அனைத்தையும் மறக்கிறேன்!!

அவனது காதல் "கருவிழிகளை கண்டபிறகு"

-கவிதை தமிழச்சி

என் மனதின் வலிகள்

உன்னிடம் சேர்ந்த என் காதலில்

தொலைந்தது என் இதயம் மட்டுமல்ல .

என் உயிரும் தான் ..

சுவரில் பல ஓவியங்கள்

நாட்குறிப்பில் கிழிந்த காகிதங்களோடு

தொலைந்து போகின்றன..

காத்திருப்புகளின் பயணபுத்தகத்தில்

காதல் எழுத வேண்டிய பக்கங்களில் உன் காதல் காயங்கள்

கையொப்பமிட்டு செல்கின்றன..

நீ என்னை விட்டு விலகியும் நான் உன்னை நிழலாகத்

தொடர்வதன் அர்த்தம்- நீ

என்னை மறந்திடுவாய் என்பதால்

அல்ல...நான் இறந்துவிடுவேன் என்பதால்..

@க.கலையரசி

ஒரு தலை காதல்...

நேற்று தான் உன்னை பார்த்தேன்,

அந்த நொடியிலிருந்து என் உடல்

உறுப்புகளின் நிலைமையை கூறுகிறேன் கேள்...

உன்னை பார்த்த நேரத்தில்,

என் கண்கள் பார்வை வேறெங்கும்

விலகி செல்லாமல் உனக்கு விளக்காய் ஆனது...

இதயத்துடிப்பும் எனக்காக துடிக்காமல்

உனக்கென துடிப்பேன் என்றது...

இரு உதடுகளும் என்னை பேசவிடாமல்

உன்னிடம் பேசு என்று உத்தரவிட்டது...

என் கைகள் உன் கைகளுடன்

கோர்த்து காலத்தை கடக்க முன்வந்தது

இப்படி என் உடலை உனக்கு

உறவாக்கினால் நான் என்ன செய்வேன்...

உன்னிடம் சொல்ல முடியாமல் ஏங்கும்...

கவிதை கிறுக்கன் லியோ

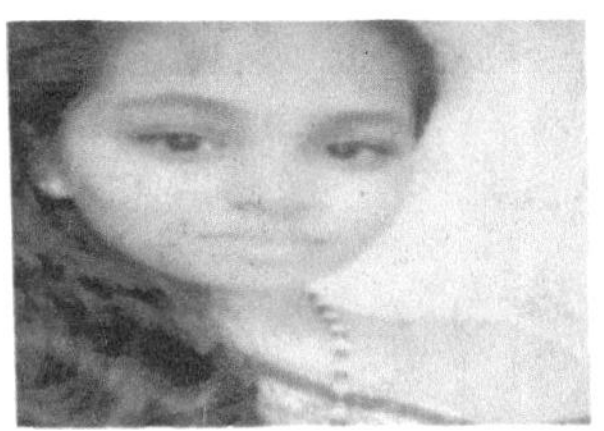

தொலைந்து போ மனமே

அன்பே உன்னை நெருங்கி வர

நினைக்கும் என் உள்ளத்திற்கு

உன் விழிகள் சொல்லும் மொழிகள் என்ன...!

சற்று வியந்து தான் போனேன்

ஆனாலும் மெதுவாய் விலகிப் போனேன்

நீ பார்த்த ஒற்றைக்கண் பார்வையில்...!

என்னைக் காதலித்திட அவள்

மறந்துவிட்டாள் நான் என் செய்வேன்.

தூக்கி எறிந்திட அவள் ஒன்றும் பொருள்

அல்ல என் இதயத்தின் ஆணி வேரானவள்

அவளை அசைத்திட நினைத்தாலும் உயிர்

போவது எனக்குத்தானே..

உன் நினைவுகள் என்னுடன் வசிக்கிறது. விடியாத இரவு
வேண்டும் அதில் கலையாத கனவு வேண்டும்

அஞ்சக் கனவிலாவது எனக்கு நீ வேண்டும்...!

மு.மோனிகா

மெய் உணர் மனம்

மனது மிருதுவானது, மணமுமானது

அழகிய பூக்களாய் அல்ல

அவற்றை தாங்கும் வேர்களாய்

எத்துணை முறை சந்தோஷப்பட்டிருப்பேனோ

நேற்று நின்னை கண்ட

பொழுதிலிருந்து இன்று வரை

இருவிழிகளில் துளிர்த்த உன் காதலுக்கு

ஆயுள் முழுவதும் வரிக்கட்டிவிட்டேன்

இனி நீ என் சொந்தம்..

சிலந்திவலை பின்னலின் இழையானதொரு

மெல்லிய காதலை கண்டு கொண்டேன்

நமக்கான காதலை கண்டு கொண்டேன்

மல்லி

காதல்

ஒற்றை வரியில் சொல்லமுடியாத கவிதை

ஒராயிரம் வரிகளில் சொன்னாலும் தீராத உணர்வு....

பள்ளிகூடத்தில் பருவகாதல்.

இளமை வயதில் வாலிப காதல்

திருமண வயதில் தீராத காதல்

முதுமை வயதில் முதிர்ந்த காதல்

எல்லா காதல்களும் சேர்வதுமில்லை,

பிரிவதுமில்லை,

ஆனால் வாழ்கிறது....

மறக்க முடியாத முதல் காதலும்,

பிரிக்க முடியாத கடைசி காதலுமே,

மனிதனின் வாழ்க்கை காதல்....

இப்படியான காதல்கள் இன்னமும் அழகுதான்....

எல்லா காலங்களிலும் காதலை இரசிப்போம்

தேடல் மணி திருச்செங்கோடு

அத்திப்பூ வெட்கம்

பருவத்தில் அழகு பார்க்கின்ற பொருளும் !

நாணத்தில் அழகு நீ நறுக்கிட்ட நகமும்

அலைகள் கூட அரைநொடி விடுப்பெடுக்க ...!

உன் தேகக்கடல் என்ன தூய

தேன் பூசிக் கொண்டதோ..?

வெட்கச் சிரிப்பினை மார்பில் புதைத்திடும்

இலைமறை நாணமோ அது ...

மணாளன் எதிர் வர புருவவில் ரெண்டேந்தி

மை திரை மறைத்திட்ட போர்க்களமோ ?..

எட்டினான் எடுத்திட தட்டி தான் விட்டிடுமோ...!

எட்டி எட்டிப் பார்க்கும் அந்த 'அத்திபூவெட்கம்'

-Nellaiyappa Raja. M

காதல் தேவதை

என் காதல் தேவதை

ஏதோ ஒரு தருணத்தில்

என்னை நானே துளைத்துவிட்டேன்

உன்னிடத்தில்

அந்த தருணத்தை மீட்க முயல்கிறது

என் மனம் ஆனால் மீள முடியாமல்

மூழ்கி போகிறேன் இன்னும் ஆழமாய்

உன்னிடத்தில் என் காதல் தேவதையே

உன்னூல் கலந்து யுகங்கள் கடந்து

உன்னுடன் பயணிக்கும் வாழ்வை வரமாக

நல்குவயா என் ஜீவ நதியே...

Nathiraa nathi

நானும் என் இதயமும்

இந்தா என் இதயம்,

அதை நீ விளையாட்டு பொருளாய்

நினைத்து தூக்கி எரியாதே!

தூக்கி எரித்தால் எனக்கு

வலிக்கும் என்பதற்காக அல்ல!

உனக்கு வலிக்கும் என்பதற்காக!

ஏன் என்றால் அதில் நீயும்

இருக்கிறாய், கனவாக அல்ல

என் உயிராக.....

ப. நிவேதா

ஆண்களின் கண்ணீர் விலை மதிப்பில்லாதது....

அந்த கண்ணீர் அவனை பெற்ற தாய்

தந்தைக்காக கூட வருவதில்லை...

எங்கேயோ பிறந்து...,எங்கேயோ வளர்ந்து..,

தனக்குள் பாதியாக நினைத்த பெண்மை

எனும் ஒரு உறவுக்காக வருகிறது..

அன்பினால் சேர்ந்த இரு உள்ளங்களின்

நினைவுகளை நினைத்து பார்க்கையில்...!!!

அன்று அடை மழை போல் பேசின அவளது

வார்த்தைகள்.....இன்றும் என்னவள் அன்று பேசின

போது சிரித்த..அந்த சிரிப்பின் சத்தம்

என் இதயத்தின் ஓரம் கேட்டு கொண்டு தான்

இருக்கிறது.. என் கண்ணருகில் இல்லை என்றாலும்...!!

நான் உன்னை நினைத்து பார்க்கும் போது

என் கண்களில் இருந்து வரும் கண்ணீர் துளிகள்

உனக்கு மட்டும் தான் சொந்தமடி...!!

உனது நினைவுகள்..???

Pridhish

எதிர்பாராத சொல்!

எதர்தமான பார்வையில்

என் மனதில் நுழைந்தவனே!

பார்வையால் மட்டுமே உன்னை

தினம் தினம் காதலித்தேன்!

உன் சிரிப்பு என்னை சிலிர்க்க வைக்க!

சொல்ல நினைக்கும்போது மௌனம் ஆகிறேன்!

தட்டு தடுமாறி சொல்லாமலே திரும்புகிறேன்!

என் காதலை! என்னை எதிர்த்து வந்த நீ

என் எதிரில் வந்து சொல்வாய்

என்று எதிர்பார்க்கவில்லை!

அந்த அழகிய சொற்களை!

உன் சொற்களுக்கு பதில் கூற

முடியாமல் நிற்கிறேன்!

நாணத்தில்!

Lovely girl PKS

ஓயா அலைகள்

நெற்றி நுதலில் கீழ்காற்று வீச

நெயற்சி உறவோ மறுகட்ட மாக

பிறை கூட எரியும் போல்

பிணை கண்டு நெகிழ்ந்த கண்

நித்தமும் முழுவல் முறைகள்

நிற்கவியலா ஓயா அலைகள்

வதுவை அகம் பற்றும்தீ -நீர்

வரும்நாள் மறையா

மறைசெய்தி...-

ஜெ.ஜெ.போதி வேந்தினி

நினைவுகள்

நினைவின்

பெயரில் வந்தாய்

மூச்சின்

நொடியில் நின்றாய்

உயிரின் வடிவில் கலந்தாய்

உணர்வினை கொன்று மறைந்தாய்

நினைவாக மட்டுமே

நிரந்தரமானாய்

தனிமைக்கு துணை

நினைவுகள்.

-பூஜா கோவிந்தராஜன்

காதல்

நான் உங்கள் அருவியின் நெமிலி...

அது ஒரு சகாப்தம்,,

நீண்டதூர நடைபயணம்

காத்திருப்பின் சுகம் கண்ணீரின் சுவை

,,மௌனராகம்

இரவு நேர ரயில் பயணம்

இரவு நேர இசை கூத்து,,

கண்முன்னே தோன்றும் சொர்க்கம் உணர்வைத்

தூண்டும் சுடர்கோல் வார்த்தைகளின் கவிதை

பிரிவின் வலி சைப்புயல் வாசமலர்

ஆனந்தகளியாட்டம் தேன்சுவை தீராக் காமம்

முற்றுப்புள்ளி கோபத்தின் உச்சகட்டம் ஊடலில் கூடல்

காற்றில் பறத்தல் நீரில் மிதத்தல் மணமுறிவு

கட்டியணைத்தல் பேனாவும் கையுமாய் தேகத்தின்

வெப்பம் கையெழுத்து காத்திருப்பு சந்தோசம்,

சந்தோச ஒற்றைக்கால் சக்கரம் கைகோர்த்தல்

நடைபயணம் ஊடல் நாட்குறிப்பில் பெயர் கிறுக்கல்

பசி தூக்கம் தொலைத்த நிலை ஒற்றைத்தலைவலி,,

எதிர்பாராத முத்தம் ஆனந்த-தாண்டவம்

இடி மின்னலின் மனநிலை தென்றல் காற்று

மல்லிகை பூவின் மனம் ஜில்லென்று தண்ணீர்

ஆற்றில் குளியல் வியர்வை நகம் தூண்டல்

பற்களின் அரவணைப்பு அழுகையின் சுகம்

இன்பத்தின் வழி உச்சந்தலையில் முத்தம்

மார்பில் வழியும் வியர்வை மூச்சின் வேகம்

அட்சயபாத்திரம் பேனாவின் கூர்முனை

மழையின் முதல் துளி மண் வாசனை

இரவு நேர தேநீர் இதழின் ஈரம்

ஜன்னலோர இருக்கை அயர்ந்த தூக்கம்

பால் வாசனை குழந்தையின் சிரிப்பு

நெடுஞ்சாலையின் கானல்நீர் முற்றுப்புள்ளி முடிவிலா
நிலை

அரை மயக்க நிலை இன்று தன்னிலை

மறந்த நிலையாய் என் காதலியுடன்

என் காதல் உணர்வுகள் நீள்கிறது

ஆ. சத்யா...(கண்ணனின் மீரா)

என் உயிர் காதல்

கடவுளாய் தந்த வரம்போல!

கண்முன்னே ஒரு நட்சத்திரம் உலா வர.....!

அதுவரை அறிவுக்கு எட்டாத கதை

எல்லாம் கண்ணில் பதிலளிக்க அவனின்

முகத்தில் என் தாயைப்போல மறுஉருவம்

நான் காண!! அதுவரை புரியாத

ஈர்ப்பு எல்லாம் அறிவியலாக என்னில் ....

கலப்படம் இல்லாத அன்பை தேடிய

மனதில் கடல் ஆழ அன்பில்

நான் மூழ்கடிக்கச்செய்ய கலங்கரை விளக்கமாக

அவன் என் பயணம் யாவிலும் இருக்க

உலகமே நீ என மாறியதுபோல்

உன்னிடத்தில் தஞ்சமடைந்தேன்,..!

நாம் என்ற இருவரிக்கவிதையில் இருவரும்
வாழ்ந்தோம்......

-Poetu Ramanivetha

நிழலையும் நிஜமென

நினைத்த காதல்

கனவிலே உன்னை

கண்டு விழித்ததும்

கலங்கிய இதயம்

கரைகிறது

உன் நினைவு வந்து

அணைக்கவே என்

நெஞ்சம் காத்திருக்கிறது

கண்ணே கடல்போல

ஆசை எனக்கு

உன்விழியில் வாழ்ந்திட,

கட்டுமரமாகிய

இதயத்தை காதல்

எனும் நங்கூரத்தால்

கரைதேர்த்திடு..

Ramanivetha

"இதயத்தில் மூழ்கினேன்"

இரவு முழுவதும் காத்திருந்த மலர்கள்

உன் முகம் பார்த்தவுடன் பூப்பது ஏனோ...?

அழகிய வெட்கத்தால் சிரித்தது தானோ...!!

பூவிழிக் கண்டு பூக்கள் ரசித்தது

தேக சுவாசத்தால் இலைகள் அசைந்தது....

ஆலம் விழுதாய் அன்புகள் முளைக்க

ஆசைகளும் அம்பெனத் தொடுக்க...

ஆயுளும் கூடிக் கொள்ளும்

ஆனந்தமாய் காதல் செல்லும்...!!

ஈசலாய் வாழ்ந்தாலும் உன்னுடன்

ஒருநாள் போதும்

ஈராயிரம் முத்தங்கள் தருவேன்

இறந்த பின்னும் நித்திரையில் மகிழ்வேன்....!!

காதலும் சதம் அடித்தது

நினைவுகளில் பதம் பதித்தது.....!!

என்றும் நட்புடன் ராஜசேகர். ஏ

என் உயிரின் உருவமே

உனை நிமிடத்திற்க்கு ஆயிரமாய் கண்ணிமையாதே
படமெடுத்து முழு நினைவும் பதித்துக் கொண்டேன்

எச்சங்களாய் விட்டுசென்றதாய் ஏதுமில்லை இங்கு,
எனினும் நீ அமர்ந்த இருப்பிடமே
எனதாக்கி கொண்டேன்

தொடுதலும் மறுத்தே விலகிபோனாய், எனினும்
உன் மேனித்தழுவிய காற்றையெல்லாம்
சொந்தமாக்கி கொண்டேன்

எதிர்ப்பாராமல் தந்த ஒட்டுமொத்த
பேரொளியிலும் குறையொன்றே ,
யாசித்து நின்றும் முகம்காட்ட
மறுத்ததென்ன என் முழுநிலவே...

Reshal Anusha R

மீராவின் காதல்

தொலைத்திடாத உறவாய் வேண்டியே

காதல்கூறி அறிமுகம் தந்தாய்

வார்த்தைகளில்வீசிய அன்பு மண(ன)மென்று

எல்லைகளற்று காதல் தந்தேன்

அளவுமீறியதால் கைமாறாய்கேட்ட காதல்தவிர்த்து

அலட்சியங்களே பரிசாய் தந்தாய்

வெறுத்துசெல்வதே இன்பமென்று சண்டைகள்

சிறிதாயினும் காரணிகளாய் பதித்தாய்

தேவையில்லை எந்நிலையிலுமென அகங்கரித்து

மறந்துவிட எண்ணியே தோர்க்கிறேன்

எனினும் எதிலும்இனி எதிர்ப்பார்ப்பில்லை

,திரும்பவேண்டி மனம்விரும்பவுமில்லை

என்றும் மாறிடாதென இருக்கிறேன்

என் கண்ணனின் மீராபாயென வாழ்கிறேன்

Reshal Anusha R

என்னவன் மனதில் நான்

தொலைந்து போ மனமே

என்னவன் என்னை கண்ட நாள்

என் வாழ்வின் வசந்த நாளாக

என் குறிப்பேட்டில் குறித்து வைத்து கொண்டேன்..

உன் முகம் காண

நான் உன் மனம் அறிந்து

மயக்கம் கொண்டேன்..

என்னில் நீயாக, உன்னில் உன் இதயத்தில்

நானாக இடம் மாறிகொண்டோம்.

. நடப்பவை எல்லாம் விந்தையென்று எண்ணி

தவிக்கையில், என் ஆழ் மனது

பெரும் ஓசையுடன் சொல்லியது..

. தொலைந்து போ மனமே

அவனிடம் என்று!!

.Shaarusheela

அவளதிகாரம்

மறந்து போவதென்ன பெரிய காரியமா!

அது கால நியதியடி.

இருந்தாலும்

ஒரு பிடிவாதம்-

உனை மாத்திரம்

நினைவில் நிரந்தரமாய் இருததிக்க!

என்ன இருந்தாலும்

நிழல்கள் நிலைத்து

நின்ற அளவிற்கு

நிஜங்கள் நிலைத்து

நிற்பதில்லையே

-சமியுல்லா

மனதோடு காதல்

காலப்போக்கில் கரைந்து போன காதல்

என் உணர்வு பரந்த வானம் கருக்கொள்ளாது வறண்டு
போனாலும்

பார்வைகொண்ட என் கருவிழி மட்டும் வறண்டது
மழைநீராய், கண்ணீரைக்

கொட்டிக்கொண்டே இருக்கிறது என்றும் உந்தன்
நினைவோடு

எந்தன் உயிரே...ஊரெல்லாம் தோரணம் நட்டு

ஊர் ஒலிப்பெருக்கியில் திருவிழா அறிவிப்பை அறிவித்து
செல்ல

ஆரவாரம் படர்ந்த விழாக் கூட்டத்தில் ஆயிரம் பேர்
கூடியிருக்க

அறிவிப்பே இல்லாமல் – என்மேல் ஆட்கொண்ட அந்த
கண்கள் நொடிப் பொழுதிலே –

என் நெஞ்சத்தைத் திருடிச் சென்றது

ஊர்க் கொண்ட திருவிழா உன்னதமான எம் காதலை
உணர்த்திச் செல்லும்...

ப. சந்தியா MA,MPhil....

தொலைந்து போன மனமே

தொலைவில் இருந்து !

தொலைபேசியில் உறவாய் !!

மனதை மெல்லிய வார்த்தையால் !

அன்பாய் வருடினாய் !!

நான் அழுதுவிட !

அகம் உடைந்து துடித்தாய் !!

நானும் நீயும் சேர்ந்துவிட !

அன்பின் அடையாளமாய் நாம் ஆனாய் !!

எண்ணத்தில் நுழைந்து

கற்பனையில் கலந்து ! காதல் கவிதை ஆனாய் !!

மதம் மதம் கொண்டு ஆடிவிட !

மனிதம் மறைந்து போய்விட !!

கற்கண்டாய் இனித்த உன்னத உறவே !

கனவாய் காலையில் தொலைந்து

போன காதல் மனமே !!

முனைவர் சை. சபிதா பானு(காரைக்குடி)

காதல் அறிகுறி

வா அன்பே

விழியால் பேசலாம்

வழி எங்கும் கை கோர்த்து நடக்கலாம்

நிமிடங்களை மறக்கலாம்

நினைவாலே மிதக்கலாம்

எனக்கு காதல் காய்ச்சல் அன்பே

என்னை மறக்கிறேன்

உன்னையே

என் உலகமாய் நினைக்கிறேன்

எனக்குள் வந்த அறிகுறி

உனக்கும் இருந்தால்

வா என் இதயம் பறி

-swetha

காதல் மழை

இலையின் மேல் ஓர் பனித்துளி போல

உந்தன் மேலே காதல் கொண்டேன்

காற்றில் வற்றா சிறு புயலாக

என்தன் நெஞ்சம் அது

உன்னில் தஞ்சம் கொண்டதே

காற்றில் ஏதோ ஓர்

வாசம் நான் கண்டேன்

காதல் நேரம் என்னை

மேலே மேலே தூக்கிச் சென்றதே

காலமெல்லாம் காத்திருப்பாயோ

என்று நாள்தோறும் கேட்டு

வருடங்கள் தோறும் அது

என்னை கொன்றதே என் அன்பே

Supriya c.s.k

காதல் மாயை

ஆதரிக்க ஆளின்றி அனாதையாய் நான் நிற்கையில்,

ஆதவன் போல் என் வாழ்வில் வெளிச்சமாய் வந்தான்!

சிதைந்த உள்ளத்தோடு சிலையாய் நான் நிற்கையிலே,

என் சிரம் சாய்த்து கொள்ள என் சிங்கம் அவன் வந்தான்!

என் அழுகுரல் கேட்டு அவன் குரல் நடுங்க

அங்கே தொடங்கியது எங்கள் காதல் கதை!

விலாசம் இல்லா என் வாழ்க்கையிலே

என்னை மீட்டெடுக்கவே வழித்துணையாய் வந்தவன்!

தந்தையைப் போல எப்பொழுதும் என் கவசமாக இருந்த
அவனை,

அவன் தாய் போல் நான் பார்த்து கொள்ள
விரும்புகிறேன்!

அவன் கவலைகள் அனைத்தையும் மறக்க வைத்து

அவன் முகத்தில் எந்நேரமும் சிரிப்பை காண நான்
விழைகிறேன்!

இன்னிசை பாடும் இனியவன் குரலோ!

காந்தமென ஈர்க்கும் கண்ணனின் பார்வையோ!

மாயமோ! ஜாலமோ! மன்னவன் பார்வைக்கே மங்கை
நான் அடிமையானேன்!

இரவில் என் கைபேசியில் அவன் முகம் கண்டு கண்மூடும்
என் கண்கள்,

காலை விடிந்தவுடன் தேடுவதும் அவன் முகத்தையே!

அவன் எனக்கு காலை வணக்கம் சொல்லும்

குறுஞ்செய்தியை கொண்டு வரும் வாட்சப் எனக்கு
தெய்வமானது!

செல்ல சண்டையிட்டாலும் அவன் ஆன்லைனை விட்டு
சென்ற பிறகு,

அவன் லாஸ்ட் ஸீனை கண்ட பிறகே நான்
கண்ணுறங்குவேன்!

கண் மொழி பேசிய காதல் கதையிது!

என் மீது அக்கறை வைத்து என் அன்னையை போல

என்னை பார்த்து கொண்டவன் அவன்!

தாயில்லாத அவனுக்கு தாயாக நான் இருக்க
விரும்புகிறேன்!

ஆண்கள் மீதே நம்பிக்கை இல்லாத நான் அவனிடத்தில்

எனக்கான பாதுகாப்பை உணர்ந்தேன்!

தோழனென எனக்கு வழித்துணையாய் வந்தான்,

என் மொத்த அன்பையும் அவன் ஒருவன் மீது பொழிய
விரும்புகிறேன்!

என் வாழ்வில் வரமென வந்தவன்!

வாழ்வு முடிந்த பிறகும் அவன் பந்தம் என்றும் என்னுடன்
தொடர வேண்டும்!

"மனைவி ஆனவள் தன் நெற்றியில் குங்குமம் வைத்து
கொண்டால்,

கணவன் நீடூழி வாழ்வான் என்று கூறுவர்"

ஆதலால் நானும் தினமும் என் நெற்றியில் குங்குமம்
இட்டு கொள்கிறேன்,

என் காதலன்,நீடூழி வாழ வேண்டுமென்று!

காலங்கள் ஓடி விட்டன இருந்தும் அவன் முகம் எனக்கு
சற்றும் சந்தித்ததில்லை!

இன்றும் அவன் முகம் காண நான் ஏங்குவேன்!

அவன் குரல் கேட்டு நான் இயங்குவேன்!

அவனுக்கு வாழ்த்து சொல்ல ஒவ்வொரு முறையும் என்
கை அவன் கையோடு

கோர்க்கும் வேளையில் என் தாயின் கருவறை சுகத்தை

அவன் கையில் நான் உணர்ந்தேன்!

நான் ஆடம்பரத்துகாகவோ, பிறர்
வற்புறுத்தலுக்காகவோ,

வேறொருவனை மனம் முடிக்க மாட்டேன்!

என்றும் என்னவன் கைசேர காத்திருக்கிறேன்,என்
காதலோடு நான்!

சகாவின் சகி ராஷ்மி வர்ஷா

காதல் கனவே

மனசு படும் பாடு

மாங்குட்டிக்கு புரியல

என்ன தப்பு செஞ்சேனோ

என்கிட்டதான் பேசல

சத்தியமா சொல்லுறேன் சண்டையேதும் போடல

சுத்தி சுத்தி வந்தாலும் மனசு மாறமாட்டுறா

மச்சான் மனசு நோகும்னு

மாத்தி மாத்தி பேசுறா

காதலை நேரா சொல்லல கண்ணுல காட்டி நிக்கிறா

கண்மணி அவளை கண்ணுக்குள்

கருமணியாய் காப்பேன்

காலமுழுதும் கன்னைசவே கட்டளையாகி
கடமையாற்றிட

காதல் சம்மதம் தருவாளா

அவள் காதலன் என்னை சேர்வாளா

இவன் கரந்தை கவிஞர், புலவர் -எல், செல்வகுமார்

காதல் உறக்கம்

உறக்கம் இன்றி தவிக்கிறேன்

உயிரே உன்னை நித்தம் நினைக்கிறேன்

தனிமையில் இருந்து தவிக்கிறேன்

தலைவன் கட்டி அணைக்கிறேன்

நிலவு என்னை வைக்கிறது

இரவு நகர மறுக்கிறது – எந்தன் இமைகள்

விழித்தேன் கடந்து! உறங்க முடியாது

இரவுகள் தந்த உறங்கி விட்டாள்

கண்ணி! மறக்க முடியா நினைவுகள்

தந்து மறந்துவிட்டாள் என்னை! என்னை வதைக்கும்

இரவுகள் அவளை! வதைத்தால் ஆகாதா?

கண்ணைத் திறந்து கண்ணியவள்

என்னை நினைத்தால் ஆகாதா?

THULASI .M

காதல் இம்சை

மலைப்பாதை பயணமும்,

அருவிக்கரை குளியலும்,

மார்சாய்ந்த என்னவளும்

ஒற்றைக்கல் மூக்குத்தியும்,

என்றும் சிறப்புதான்..!

இவையனைத்தும் மதியவள்

சிரிப்புக்கு இணையாகாவிட்டாலும்!

#ரூபிணி சோமசுந்தரம்

விழிகளை தழுவும் கருங்குழல்

விழிகளை தழுவும் கருங்குழல்

கார்மேக முகிலாய் அலைந்து;

நுதலில் இழைந்து இம்சித்து

நொடிக்கொரு பொழுது இடமாறும்

புருவத்தின் வளைவான பக்கங்களில்

வண்ணங்கள் பூசாத வானவில்லாய்

வளர்ந்து கொண்டே போகும்

பெளர்ணமியின் அழகை அள்ளி- பருகும்

பைங்கிளியின் தோட்டத்து வேழாம்பலை -போல
மழையினை ருசித்து பார்க்கின்றேன்;

வற்றாத வடிகாலாய் நிலைகொள்ளும்

பேரண்டத்தின் புதையலான அவளிடம்

என்மனம் தொலைந்தே "போகட்டும்"!!!

இவன், சோழ தேசத்தின் படைப்பாளி

வி.விமல் பிரிட்டோ

காதல் நிலவே

விண்ணில் இருக்கின்ற நிலவினை வானம் தாங்குகிறது

மண்ணில் நடக்கின்ற நிலவு உன்னை

என் இதயம் தாங்குகிறது

காற்று இல்லை என்றால் கூட

வாழ்வேன் இந்த உலகத்திலே

காதல் நீ இல்லை என்றால்

சாவேன் ஒரு நிமிடத்திலே

கரையோரம் உன் மடி சாய்ந்து

படுக்கின்ற வரம் வாங்க

தவம் இருந்தேன்

காதல் முனிவனாய்

ச.அ. விஜய் ஆனந்த்

என் மனம்

ஆசை கொள்ளாத நான்

உன்னை கண்டதும்

கொண்ட ஆசைகளால்

என்னுள் மாற்றம் தானே....

கவிதை எழுதாத நான் உன்னை கண்டதும்

எழுதிய கவிதைகளால்

என்னுள் மாற்றம் தானே....

காதல் கொள்ளாத நான் உன்னை கண்டதும்

கொண்ட காதலால் என்னுள் மாற்றம் தானே....

ஏக்கம் கொள்ளாத நான்

உன்னை கண்டதும் கொண்ட ஏக்கத்தால்

என்னுள் மாற்றம் தானே....

மோகம் கொள்ளாத நான்

உன்னை கண்டதும் கொண்ட ஏக்கங்களால்

என்னுள் மாற்றம் தானே....!!!

VIGNESH.A

காதல் மனம்

தன்னந்தனியே என் நிலை

நடமாடி வாழுமொரு சிலை;

நான் கிளையை பிரிந்த சிற்றிலை;

நீ வந்துப்போகும் கடலலை;

நீயின்றி கண்ணீரின் மழை;

கனவில் ஆவதென்னண அழை

-நம் காதலை ஈடுசெய்ய ஏது விலை

சரளமான பாதையிலொரு நிறுத்தம்

-என் சன்னதியே உனக்கு

என்ன வருத்தம்

செந்நிலவே நீதானென் பொருத்தம்!.....

VG.VIGNESH

"காதல் சிந்தும் கண்கள்"

பெண்ணே!..

உனைப் பார்த்ததும் பாதை திசைமாறுது;

உன்னழகில் என்னுள்ளம் தடுமாறுது;

உனைக் கண்டதும் தயக்கம் பின்தள்ளுது;

நீ தான் என் வாழ்வென்று மனம் சொல்லுது;

புண்பட்ட மனம் இன்று பதமானது;

உம் புன்னகையில் என் இதயம் இதமானது!!

நீ...

கண்ணத்தில் முத்தமிட்டால்

கண்ணீரும் தித்திக்கும்;

என்னோடு நீ வாழ்ந்தால்

என் வாழ்நாள் நீடிக்கும்!!

நீங்கிருந்தாலும் நினைத்திருப்பேன்;

என் வரிகளை உனக்கு பரிசளிப்பேன்.........

-VG.VIGNESH

பதில் தாராயோ?...

அள்ளிச் செல்ல அத்தை மகனும் இல்லை

மல்லு கட்ட மாமன் மகனும் இல்லை

கன்னியவள் நெஞ்சில்

கல்லூரிக் காதலும் இல்லை

துள்ளி விளையாடும்

பள்ளிப் பருவத்தில் பூத்த அல்லிக் காதல் இது

புல்லுகட்டு போல தூக்கிச்செல்ல

புல்லட் ஏறி வந்தாலென்ன?

புத்தி கெட்ட மடையா?...

உனக்கு யாரும் இல்லை தடையா!...

நங்கையவள் நாள்தோறும் பாடும் கவி

இன்னும் ஏறலியோ உன் செவிக்கு....

ஊற்றாய் வந்த பாசம் இது

ஆற்றின் வெள்ளம் போல மடை திறந்தோடுது.....

மன்னவனின் வருகையறிந்து மாவிலை தோரணம் கட்டி

மாக்கோலமிட்டு மணக்கோலத்தில் காத்திருக்கும்

மங்கையவளை மயக்கிச் சென்ற மாமனே!!!

என்னை மணமுடிக்க வாராயோ?...

ஒரு பதில் தாராயோ??......-

வின் தமிழ் கவிஞர். ருத்ரா (இராஜபாளையம்)

சொல்ல மறந்த காதல்

குடுகுடு என எழும்பி

கடகட என கிளம்பி

படபட என பறந்து

விறுவிறு என விரைந்து

கடுகடு என கால் கடுக்க

பரபரக்கும் சாலையோரம்

திறுதிறு என விழித்திருந்தேன்...

கருகரு என மை பூசி

குறுகுறு என அவள் பார்க்க

பளபளக்கும் கண்ணம் பார்த்த

கிறுகிறு என கிறங்கி போனேன்

தன லஷ்மி

காதல் துளி

ஏரி கரையோரம் நீ போகையில் எட்டுமடிப்பு
சேலையில்நான்பார்த்தேனே...

என் மனமெல்லாம் உந்தன் முகமே மண்வாசனையும்
உன்னையே சுத்துமே...!!

ஊரெல்லாம் உன்மீது கண்ணே கொஞ்சம் ஒதுங்கி போ
பெண்ணே...!!

இதயத்தில் காதல் வந்து தீண்டுதே இளம் வயசு
பொண்ணை பார்த்ததுமே...!!

இரவு பகலாய் உன்னை நினைத்து தூக்கம் இழந்து
போனேனே...!!

காய்ச்சிய கஞ்சி வீட்டில் இருக்க காதல் வந்ததும் பசியை
மறக்க...!!

ஊரெல்லாம் உந்தன் வாசம் வீச உள்ளத்தில் என் தேகம்
சிலூர்க்க...!!

தன்னந்தனியாய் பேசி கொண்டே தினமும் உன்னை
நேசிப்பேனே...!!

காதல் சொல்ல வந்தேனே கண்ணத்தில் அறைந்து
போனாலே...!!

இனி வேண்டாம் உன் நினைவுகள் தொலைந்து போ
மனமே...!!!

விஜயகுமார்

9 789391 423940